AF509956

ಬಾಂಧವ್ಯದ ಬೆಸುಗೆ

BAANDHAVYADA BESUGE

ಶರಣಕುಮಾರ ಸೋಲಾಪುರ

Copyright © Sharanakumar Solapur
All Rights Reserved.

This book has been self-published with all reasonable efforts taken to make the material error-free by the author. No part of this book shall be used, reproduced in any manner whatsoever without written permission from the author, except in the case of brief quotations embodied in critical articles and reviews.

The Author of this book is solely responsible and liable for its content including but not limited to the views, representations, descriptions, statements, information, opinions and references ["Content"]. The Content of this book shall not constitute or be construed or deemed to reflect the opinion or expression of the Publisher or Editor. Neither the Publisher nor Editor endorse or approve the Content of this book or guarantee the reliability, accuracy or completeness of the Content published herein and do not make any representations or warranties of any kind, express or implied, including but not limited to the implied warranties of merchantability, fitness for a particular purpose. The Publisher and Editor shall not be liable whatsoever for any errors, omissions, whether such errors or omissions result from negligence, accident, or any other cause or claims for loss or damages of any kind, including without limitation, indirect or consequential loss or damage arising out of use, inability to use, or about the reliability, accuracy or sufficiency of the information contained in this book.

Made with ♥ on the Notion Press Platform
www.notionpress.com

"ಕೈ ಹಿಡಿದು ನಡೆಸಿದವಳು ನೀನು, ತುತ್ತು ಅನ್ನ ಉಣಿಸಿದವಳು ನೀನು, ಬದುಕಿನ ಪಾಠ ಕಲಿಸಿ, ದೈವವಾದವಳು ನೀನು..."ನನ್ನ ಬದುಕಿನ ಪ್ರತಿ ಹಂತದಲ್ಲೂ ನೆರಳಾಗಿ, ಹರಕೆಯಾಗಿ ನಿಂತಿದ್ದ ನನ್ನ **ಪೂಜ್ಯ ಮಾತೃಶ್ರೀ ದಿವಂಗತ ಶ್ರೀಮತಿ ಹಣಮವ್ವ ಭೀಮರಾಯ ಸೋಲಾಪುರ** ಅವರಿಗೆ...

ಅಮ್ಮಾ, ನೀನು ಕಲಿಸಿದ ಪ್ರೀತಿ, ಮಮತೆ ಮತ್ತು ಸಂಬಂಧಗಳನ್ನು ಬೆಸೆಯುವ ಗುಣವೇ ಇಂದು ಈ 'ಬಾಂಧವ್ಯದ ಬೆಸುಗೆ' ಪುಸ್ತಕಕ್ಕೆ ಸ್ಫೂರ್ತಿ. ನೀನು ದೈಹಿಕವಾಗಿ ನಮ್ಮೊಂದಿಗಿಲ್ಲದಿದ್ದರೂ, ನಿನ್ನ ನೆನಪುಗಳು ಮತ್ತು ನೀನು ಹಾಕಿಕೊಟ್ಟ ಸಂಸ್ಕಾರದ ಹಾದಿಯಲ್ಲಿ ಈ ಕೃತಿಯನ್ನು ನಿನ್ನ ಪಾದಕಮಲಗಳಿಗೆ ಭಕ್ತಿಪೂರ್ವಕವಾಗಿ ಅರ್ಪಿಸುತ್ತಿದ್ದೇನೆ.

ನಿನ್ನ ಆಶೀರ್ವಾದ ಸದಾ ನನ್ನ ಮೇಲಿರಲಿ.

ನಿನ್ನ ಪ್ರೀತಿಯ ಮಗ,

ಶರಣಕುಮಾರ ಸೋಲಾಪುರ

ಪರಿವಿಡಿಗಳು

ಮುನ್ನುಡಿ

"ನೂರು ಕೋಟಿ ಹಣವಿದ್ದರೂ, ನಗುವ ಹಂಚಿಕೊಳ್ಳಲು ಒಬ್ಬ ಹಿತೈಷಿ ಇಲ್ಲದಿದ್ದರೆ ಆ ಬದುಕು ಬರಿದು."

ಮಾನವ ನಾಗರಿಕತೆಯ ಇತಿಹಾಸವನ್ನು ಗಮನಿಸಿದರೆ, ಮನುಷ್ಯ ಒಂಟಿಯಾಗಿ ಬದುಕಿದ್ದಕ್ಕಿಂತ ಗುಂಪಾಗಿ, ಸಮುದಾಯವಾಗಿ ಬದುಕಿದ್ದೇ ಹೆಚ್ಚು. ಈ 'ಸಮುದಾಯ' ಎಂಬ ದೊಡ್ಡ ವೃಕ್ಷದ ಭದ್ರವಾದ ಬೇರುಗಳೇ ನಮ್ಮ ಸಂಬಂಧಿಕರು. ಇಂದು ನಾವು ಆಧುನಿಕತೆಯ ಹೆಸರಿನಲ್ಲಿ, ವೃತ್ತಿಜೀವನದ ಓಟದಲ್ಲಿ ನಮ್ಮವರನ್ನೇ ಮರೆಯುತ್ತಿದ್ದೇವೆಯೇ? ಅಥವಾ 'ನನ್ನ ಬದುಕು ನನ್ನಿಷ್ಟ' ಎಂಬ ವ್ಯಕ್ತಿಕೇಂದ್ರೀಕೃತ ಸಮಾಜದಲ್ಲಿ ಸಂಬಂಧಗಳು ಕೇವಲ ಔಪಚಾರಿಕವಾಗುತ್ತಿದ್ದಿವೆಯೇ? ಎಂಬ ಪ್ರಶ್ನೆಗಳು ನನ್ನನ್ನು ಈ ಪುಸ್ತಕ ಬರೆಯಲು ಪ್ರೇರೇಪಿಸಿದವು.ಈ ಪುಸ್ತಕ "ಬಾಂಧವ್ಯದ ಬೆಸುಗೆ: ಸಂಬಂಧಿಕರು ಏಕಿರಬೇಕು?" ಕೇವಲ ರಕ್ತಸಂಬಂಧಗಳ ಪಟ್ಟಿಯಲ್ಲ. ಇದು ನಮ್ಮ ಅಸ್ತಿತ್ವದ ಗುರುತು, ನಮ್ಮ ಸಂಸ್ಕೃತಿಯ ವಾಹಕ ಮತ್ತು ನಮ್ಮ ಸಂಕಷ್ಟದ ಕಾಲದ ದಾರಿದೀಪಗಳ ಬಗ್ಗೆ ಹರಿಯುವ ಒಂದು ಚಿಂತನೆಯ ಧಾರೆಯಾಗಿದೆ. ಮಗು ಬೆಳೆಯುವ ಹಂತದಲ್ಲಿ ಸಂಬಂಧಿಕರ ಪಾತ್ರದಿಂದ ಹಿಡಿದು, ವೃದ್ಧಾಪ್ಯದ ಒಂಟಿತನದವರೆಗೆ ಸಂಬಂಧಗಳು ಹೇಗೆ ಮದ್ದಿನಂತೆ ಕೆಲಸ ಮಾಡುತ್ತವೆ ಎಂಬುದನ್ನು ಇಲ್ಲಿ ವಿವರಿಸಲು ಪ್ರಯತ್ನಿಸಿದ್ದೇನೆ.ಇಂದಿನ 'ನ್ಯೂಕ್ಲಿಯರ್ ಫ್ಯಾಮಿಲಿ' ಅಥವಾ ವಿಭಕ್ತ ಕುಟುಂಬಗಳ ಯುಗದಲ್ಲಿ, ಮಕ್ಕಳಿಗೆ ಅತ್ತೆ-ಮಾವ, ಚಿಕ್ಕಪ್ಪ-ದೊಡ್ಡಪ್ಪ ಎಂಬ ಬಾಂಧವ್ಯಗಳ ಅರ್ಥವೇ ಮರೆತುಹೋಗುತ್ತಿದೆ. ಮೊಬೈಲ್ ಪರದೆಯ ಮೇಲಿರುವ ಸಾವಿರಾರು ಪರಿಚಯಸ್ಥರಿಗಿಂತ, ನಮ್ಮ ಕಣ್ಣೆದುರು ಇರುವ ಹತ್ತಿರದ ಬಂಧುಗಳ ಬೆಲೆ ಎಷ್ಟು ಎಂಬುದು ನಮಗೆ ಅರಿವಾಗುವುದು ನಾವೇನಾದರೂ ಸಂಕಷ್ಟಕ್ಕೆ ಸಿಲುಕಿದಾಗ ಮಾತ್ರ. ಅಂತಹ ಅನಿವಾರ್ಯತೆ ಬರುವ ಮೊದಲೇ, ಸಂಬಂಧಗಳ ಮಹತ್ವವನ್ನು ಅರಿತು ಅವುಗಳನ್ನು ಹೇಗೆ ಪೋಷಿಸಬೇಕು ಎಂಬ ಹಾದಿಯನ್ನು ಈ ಎಂಟು ಅಧ್ಯಾಯಗಳು ನಿಮ್ಮ ಮುಂದೆ ತೆರೆದಿಡುತ್ತವೆ.ಸಂಬಂಧಗಳಲ್ಲಿ ಭಿನ್ನಾಭಿಪ್ರಾಯಗಳು ಸಹಜ, ಆದರೆ ಆ ಭಿನ್ನಾಭಿಪ್ರಾಯಗಳಿಗಿಂತ ಬಾಂಧವ್ಯ ದೊಡ್ಡದು ಎಂಬ ಸತ್ಯವನ್ನು ಈ ಪುಸ್ತಕ ಸಾರುತ್ತದೆ. ನಿಮ್ಮ ಮನೆಯ ಲೈಬ್ರರಿಯಲ್ಲಿ ಅಥವಾ ನಿಮ್ಮ ಕೈಯಲ್ಲಿರುವ ಈ ಪುಸ್ತಕ, ನಿಮ್ಮ ಕುಟುಂಬದ ಪ್ರೀತಿಯನ್ನು ಮತ್ತಷ್ಟು ಗಟ್ಟಿಗೊಳಿಸಲಿ ಎಂಬುವುದೇ ನನ್ನ ಆಶಯ.

ಶರಣಕುಮಾರ ಸೋಲಾಪುರ

ಪೀಠಿಕೆ

ನನ್ನೊಳಗಿನ ಮೌನ ಮತ್ತು ಮಾತು

ಜೀವನ ಎಂಬುದು ಒಂದು ಸುದೀರ್ಘ ಪಯಣ. ಈ ಪಯಣದಲ್ಲಿ ನಾವು ಅನೇಕರನ್ನು ಭೇಟಿಯಾಗುತ್ತೇವೆ, ಅನೇಕರನ್ನು ಕಳೆದುಕೊಳ್ಳುತ್ತೇವೆ. ಆದರೆ, ನಮ್ಮ ನೆರಳಿನಂತೆ ಸದಾ ನಮ್ಮ ಜೊತೆಗಿರುವವರು, ನಮ್ಮ ಏಳಿಗೆಯನ್ನು ಕಂಡು ಸಂಭ್ರಮಿಸುವವರು ಮತ್ತು ನಮ್ಮ ಕುಸಿತದಲ್ಲಿ ಹೆಗಲು ಕೊಡುವವರು ಎಂದರೆ ಅದು ನಮ್ಮ ಸಂಬಂಧಿಕರು.

ನಾನು ಈ ಪುಸ್ತಕವನ್ನು ಬರೆಯಲು ಕುಳಿತಾಗ ನನ್ನ ಕಣ್ಣಮುಂದೆ ಬಂದದ್ದು ಬಾಲ್ಯದ ಆ ಅವಿಭಕ್ತ ಕುಟುಂಬದ ಸಡಗರ. ಅಜ್ಜಿ ಹೇಳುತ್ತಿದ್ದ ಕಥೆಗಳು, ಹಬ್ಬದ ದಿನಗಳಲ್ಲಿ ಮನೆತುಂಬಾ ನೆಂಟರು ಸೇರಿದಾಗ ಆಗುತ್ತಿದ್ದ ಗದ್ದಲ, ಚಿಕ್ಕಪ್ಪ-ದೊಡ್ಡಪ್ಪಂದಿರ ಮಾರ್ಗದರ್ಶನ—ಇವೆಲ್ಲವೂ ನನ್ನ ವ್ಯಕ್ತಿತ್ವವನ್ನು ರೂಪಿಸಿದ ಇಟ್ಟಿಗೆಗಳು. ಇಂದು ನಾವು ಬೆಳೆದು ದೊಡ್ಡವರಾಗಿದ್ದೇವೆ, ಮಹಾನಗರಗಳ ಸಣ್ಣ ಫ್ಲಾಟ್ಗಳಲ್ಲಿ ವಾಸಿಸುತ್ತಿದ್ದೇವೆ. ಆದರೆ, ಎಲ್ಲೋ ಒಂದು ಕಡೆ ಆ 'ನಮ್ಮವರು' ಎಂಬ ಹತ್ತಿರದ ಒಡನಾಟ ಮರೆಯಾಗುತ್ತಿದೆಯೇ ಎಂಬ ಆತಂಕ ನನ್ನನ್ನು ಕಾಡಿತು.

ಅನೇಕ ಬಾರಿ ನಮಗೆ ಸಂಬಂಧಿಕರು ಎಂದರೆ ಕೇವಲ 'ಜವಾಬ್ದಾರಿ' ಅಥವಾ 'ಕಿರಿಕಿರಿ' ಅನಿಸಬಹುದು. ಸಣ್ಣಪುಟ್ಟ ಮನಸ್ತಾಪಗಳಿಗೆ ನಾವು ವರ್ಷಗಟ್ಟಲೆ ಮಾತು ಬಿಡುತ್ತೇವೆ. ಆದರೆ, ಬದುಕಿನ ಯಾವುದೋ ಒಂದು ಕಠಿಣ ಕ್ಷಣದಲ್ಲಿ ನಮಗೆ ಅರಿವಾಗುವುದು—ಹಣಕ್ಕಿಂತ, ಅಂತಸ್ತಿಗಿಂತ ನಮಗೆ ಬೇಕಿರುವುದು ಒಂದು ಪ್ರೀತಿಯ ಸಾಂತ್ವನ ಎಂದು. ಆ ಸಾಂತ್ವನ ನೀಡುವ ಶಕ್ತಿ ಕೇವಲ ರಕ್ತ ಸಂಬಂಧಕ್ಕಿದೆ.

ಈ ಪುಸ್ತಕದಲ್ಲಿ ನಾನು ಸಂಬಂಧಗಳ ಅಗತ್ಯವನ್ನು ಕೇವಲ ಆದರ್ಶದ ದೃಷ್ಟಿಯಿಂದ ನೋಡಿಲ್ಲ; ಬದಲಾಗಿ ಇಂದಿನ ವಾಸ್ತವಿಕ ಸಮಸ್ಯೆಗಳು, ಸವಾಲುಗಳು ಮತ್ತು ಅವುಗಳ ನಿರ್ವಹಣೆಯ ಬಗ್ಗೆಯೂ ಚರ್ಚಿಸಿದ್ದೇನೆ. ಸಂಬಂಧಗಳನ್ನು ಉಳಿಸಿಕೊಳ್ಳುವುದು ಒಂದು ಕಲೆ, ಅದಕ್ಕೆ ಬೇಕಿರುವುದು ದೊಡ್ಡ ಮನಸ್ಸು ಮತ್ತು ಸ್ವಲ್ಪ ತಾಳ್ಮೆ ಮಾತ್ರ.

ನನ್ನ ಈ ಸಣ್ಣ ಪ್ರಯತ್ನವು ನಿಮ್ಮ ಮನಸ್ಸಿನ ಯಾವುದೋ ಮೂಲೆಯಲ್ಲಿ ಅಡಗಿರುವ ಸುಂದರ ನೆನಪುಗಳನ್ನು ಬಡಿದೆಬ್ಬಿಸಿದರೆ, ಅಥವಾ ದೂರವಾದ ಒಬ್ಬ

ಸಂಬಂಧಿಗೆ ನೀವು ಮತ್ತೆ ಫೋನ್ ಮಾಡಿ ಮಾತಾಡುವಂತೆ ಪ್ರೇರೇಪಿಸಿದರೆ, ನನ್ನ ಈ ಬರವಣಿಗೆ ಸಾರ್ಥಕವಾಯಿತು ಎಂದು ಭಾವಿಸುತ್ತೇನೆ.

ಪ್ರೀತಿಯಿರಲಿ, ಸಂಬಂಧಗಳು ಬೆಳೆಯಲಿ.

ಶರಣಕುಮಾರ ಸೋಲಾಪುರ

Sksolapur92@gmail.com

@sharanakumarsolapur

1

ಅಧ್ಯಾಯ ೧: ಮನುಷ್ಯ ಎಂಬ ಸಾಮಾಜಿಕ ಪ್ರಾಣಿ – ಸಂಬಂಧಗಳ ಉಗಮ

"ಒಂಟಿ ಮರ ತೋಪಾಗದು, ಒಬ್ಬ ಮನುಷ್ಯ ಸಂಘಟನೆಯಾಗಲಾರ" ಎಂಬ ಗಾದೆ ಮಾತಿನಂತೆ, ಮನುಷ್ಯನ ಅಸ್ತಿತ್ವವೇ ಅವಲಂಬಿತವಾಗಿರುವುದು ಇತರರ ಮೇಲೆ. ನಾವು ಜಗತ್ತಿಗೆ ಬಂದ ಕ್ಷಣದಿಂದಲೇ ಒಂದು ಸಂಬಂಧದ ಜಾಲಕ್ಕೆ ಬಂಧಿಯಾಗುತ್ತೇವೆ. ತಾಯಿಯ ಗರ್ಭದಿಂದ ಹೊರಬಂದ ಮಗುವಿಗೆ ಮೊದಲು ಸಿಗುವ ಸ್ಪರ್ಶ ತಾಯಿಯದು, ನಂತರ ತಂದೆಯದು. ಅಲ್ಲಿಂದಲೇ ಸಂಬಂಧಗಳ ಕಥೆ ಆರಂಭವಾಗುತ್ತದೆ.

೧.೧ ಸಾಮಾಜಿಕ ಅನಿವಾರ್ಯತೆ

ಪುರಾತನ ಕಾಲದಿಂದಲೂ ಮನುಷ್ಯ ಸಮೂಹದಲ್ಲಿ ಬದುಕುವುದನ್ನು ಕಲಿತಿದ್ದಾನೆ. ಕಾಡು ಪ್ರಾಣಿಗಳಿಂದ ರಕ್ಷಿಸಿಕೊಳ್ಳಲು, ಆಹಾರ ಹುಡುಕಲು ಅಥವಾ ವಾಸಸ್ಥಾನ ನಿರ್ಮಿಸಿಕೊಳ್ಳಲು ಅವನಿಗೆ ಇತರರ ಸಹಾಯ ಬೇಕಿತ್ತು. ಇಂದು ನಾವು ಆಧುನಿಕ ಜಗತ್ತಿನಲ್ಲಿದ್ದರೂ, ಆ ಮೂಲಭೂತ ಅವಶ್ಯಕತೆ ಬದಲಾಗಿಲ್ಲ. ಇಂದು ನಮಗೆ ದೈಹಿಕ ರಕ್ಷಣೆಗಿಂತ ಹೆಚ್ಚಾಗಿ ಭಾವನಾತ್ಮಕ ರಕ್ಷಣೆ ಬೇಕಾಗಿದೆ. ಈ ರಕ್ಷಣಾ ಕವಚವೇ 'ಸಂಬಂಧಿಕರು'.

೧.೨ ಅಸ್ತಿತ್ವದ ಗುರುತು

"ನೀವು ಯಾರು?" ಎಂಬ ಪ್ರಶ್ನೆಗೆ ಉತ್ತರ ಕೇವಲ ನಿಮ್ಮ ಹೆಸರಿನಲ್ಲಿರುವುದಿಲ್ಲ. "ನಾನು ಇಂತವರ ಮಗ/ಮಗಳು", "ಇಂತವರ ಮೊಮ್ಮಗ", ಅಥವಾ "ಈ ಮನೆತನದವನು" ಎಂದು ಹೇಳಿಕೊಳ್ಳುವಾಗ ಸಿಗುವ ಹೆಮ್ಮೆ ಮತ್ತು ಗುರುತು ಅಪಾರ. ಸಂಬಂಧಿಕರು ನಮಗೆ ಒಂದು ಇತಿಹಾಸವನ್ನು

ನೀಡುತ್ತಾರೆ. ನಮ್ಮ ಮೂಲ ಯಾವುದು, ನಮ್ಮ ಪೂರ್ವಜರು ಯಾರು ಎಂಬ ಅರಿವು ನಮಗೆ ನಮ್ಮ ಮೇಲೆಯೇ ಗೌರವ ಮೂಡಿಸುತ್ತದೆ.

೧.೩ ಒಂಟಿತನ ಮತ್ತು ಬಾಂಧವ್ಯದ ವ್ಯತ್ಯಾಸ

ಇಂದಿನ ತಾಂತ್ರಿಕ ಯುಗದಲ್ಲಿ ಸಾವಿರಾರು 'ಫ್ರೆಂಡ್ಸ್' ಸೋಷಿಯಲ್ ಮೀಡಿಯಾದಲ್ಲಿ ಇರಬಹುದು. ಆದರೆ, ಅರೆರಾತ್ರಿ ಅನಾರೋಗ್ಯವಾದಾಗ ಅಥವಾ ಮನಸ್ಸು ಭಾರವಾದಾಗ ಓಡಿ ಬರುವುದು ರಕ್ತ ಸಂಬಂಧಿಗಳು ಅಥವಾ ಹತ್ತಿರದ ಬಂಧುಗಳು ಮಾತ್ರ. ಒಂಟಿತನವು ಮನುಷ್ಯನನ್ನು ಒಳಗಿನಿಂದ ತಿನ್ನುತ್ತದೆ, ಆದರೆ ಸಂಬಂಧಿಕರ ಸಾಂಗತ್ಯವು ಮನುಷ್ಯನಿಗೆ "ನನ್ನವರು ಇದ್ದಾರೆ" ಎಂಬ ಧೈರ್ಯ ನೀಡುತ್ತದೆ.

೧.೪ ವಿಕಾಸದಲ್ಲಿ ಸಂಬಂಧಗಳ ಪಾತ್ರ

ಜೈವಿಕವಾಗಿಯೂ ನಾವು ನಮ್ಮ ಸಂಬಂಧಿಕರೊಂದಿಗೆ ಡಿಎನ್ಎ (DNA) ಹಂಚಿಕೊಂಡಿರುತ್ತೇವೆ. ನಮ್ಮ ಗುಣಗಳು, ನಮ್ಮ ಶಾರೀರಿಕ ಲಕ್ಷಣಗಳು ನಮ್ಮ ಸಂಬಂಧಿಕರನ್ನು ಹೋಲುತ್ತವೆ. ಅಂದರೆ, ನಮ್ಮ ದೇಹದ ಪ್ರತಿ ಕಣವೂ ನಾವು ಇನ್ನೊಬ್ಬರಿಗೆ ಸೇರಿದವರು ಎಂದು ಸಾರುತ್ತಿರುತ್ತದೆ. ಹೀಗಿರುವಾಗ ಸಂಬಂಧಗಳಿಂದ ದೂರವಿರುವುದು ನಮ್ಮ ಮೂಲ ಪ್ರಕೃತಿಗೆ ವಿರುದ್ಧವಾದುದು.

ಈ ಅಧ್ಯಾಯದ ಸಾರಾಂಶ:

ಸಂಬಂಧಿಕರು ಎಂಬುದು ಕೇವಲ ಹೆಸರಿಗಿರುವ ಪಟ್ಟಿಯಲ್ಲ; ಅದು ನಮ್ಮ ಜೀವನದ ಭದ್ರ ಬುನಾದಿ. ನಾವು ಸಮಾಜದಲ್ಲಿ ಗೌರವಯುತವಾಗಿ, ಧೈರ್ಯವಾಗಿ ಬದುಕಲು ಈ ಬಾಂಧವ್ಯದ ಬೆಸುಗೆ ಅತ್ಯಗತ್ಯ.

2

ಅಧ್ಯಾಯ ೨: ಸಂಪ್ರದಾಯ ಮತ್ತು ಸಂಸ್ಕೃತಿಯ ವಾಹಕರು

"ಬೇರಿಲ್ಲದ ಮರಕ್ಕೆ ಅಸ್ತಿತ್ವವಿಲ್ಲ, ಸಂಪ್ರದಾಯವಿಲ್ಲದ ಮನುಷ್ಯನಿಗೆ ಅಸ್ಮಿತೆಯಿಲ್ಲ."

ಒಂದು ಮಗು ಬೆಳೆದು ದೊಡ್ಡವನಾದಾಗ ಕೇವಲ ಅಕ್ಷರಸ್ಥನಾದರೆ ಸಾಲದು, ಅವನು ಸಂಸ್ಕಾರವಂತನಾಗಬೇಕು. ಈ ಸಂಸ್ಕಾರ ಎನ್ನುವುದು ಶಾಲೆಯ ಪಠ್ಯಪುಸ್ತಕಗಳಲ್ಲಿ ಸಿಗುವ ವಿಷಯವಲ್ಲ; ಇದು ಮನೆಯ ಹಿರಿಯರು ಮತ್ತು ಸಂಬಂಧಿಕರ ಒಡನಾಟದಿಂದ ಲಭಿಸುವ ಅಮೂಲ್ಯ ಸಂಪತ್ತು.

೨.೧ ಹಿರಿಯರ ಅನುಭವದ ಪಾಠ

ಸಂಬಂಧಿಕರಲ್ಲಿನ ಹಿರಿಯರು (ಅಜ್ಜ-ಅಜ್ಜಿ, ದೊಡ್ಡಪ್ಪ-ದೊಡ್ಡಮ್ಮ) ಕೇವಲ ವಯಸ್ಸಾದವರಲ್ಲ, ಅವರು ಚಲಿಸುವ ಜ್ಞಾನಕೋಶಗಳು. ಜೀವನದ ಏರಿಳಿತಗಳನ್ನು ಕಂಡ ಅವರು, ನಮಗೆ ಎದುರಾಗುವ ಸಮಸ್ಯೆಗಳಿಗೆ ಸರಳ ಪರಿಹಾರಗಳನ್ನು ನೀಡಬಲ್ಲರು. ಹಳೆಯ ಕಥೆಗಳ ಮೂಲಕ, ಉಪಕಥೆಗಳ ಮೂಲಕ ಅವರು ಜೀವನದ ಮೌಲ್ಯಗಳನ್ನು (ಸತ್ಯ, ಧರ್ಮ, ತಾಳ್ಮೆ) ನಮಗೆ ಮನವರಿಕೆ ಮಾಡಿಕೊಡುತ್ತಾರೆ.

೨.೨ ಮನೆತನದ ಆಚಾರ-ವಿಚಾರಗಳು

ಪ್ರತಿಯೊಂದು ಮನೆತನಕ್ಕೂ ತನ್ನದೇ ಆದ ವಿಶಿಷ್ಟ ಆಚರಣೆಗಳಿರುತ್ತವೆ. ಕುಲದೇವತೆಯ ಪೂಜೆ, ಹಬ್ಬಗಳ ಆಚರಣೆಯ ಕ್ರಮ, ಮನೆಯಲ್ಲಿ ಮಾಡುವ ವಿಶೇಷ ಅಡುಗೆಗಳು - ಇವೆಲ್ಲವೂ ತಲೆಮಾರಿನಿಂದ ತಲೆಮಾರಿಗೆ ಹರಿದು ಬರುವುದು ಸಂಬಂಧಿಕರ ಮೂಲಕವೇ. ಸಂಬಂಧಿಕರು ಒಟ್ಟಿಗೆ ಸೇರಿದಾಗ ಈ ಆಚರಣೆಗಳಿಗೆ ಜೀವ ಬರುತ್ತದೆ. ಇಲ್ಲವಾದಲ್ಲಿ, ಈ ಸಂಪ್ರದಾಯಗಳು ಕೇವಲ

ಇತಿಹಾಸದ ಪುಟಗಳಲ್ಲಿ ಉಳಿದುಹೋಗುತ್ತವೆ.

೧.೩ ಸಂಸ್ಕಾರದ ಹರಿವು

ಮನೆಯಲ್ಲಿ ಒಂದು ಶುಭ ಕಾರ್ಯ ನಡೆದಾಗ ಅಥವಾ ಮದುವೆ, ಮುಂಜಿಗಳಂತಹ ಸಂದರ್ಭಗಳಲ್ಲಿ ಸಂಬಂಧಿಕರ ಪಾತ್ರ ಬಹಳ ದೊಡ್ಡದು. ಅಲ್ಲಿ ನಡೆಯುವ ಪ್ರತಿಯೊಂದು ವಿಧಿವಿಧಾನಗಳ ಹಿಂದೆ ಒಂದು ಅರ್ಥವಿರುತ್ತದೆ. ದೊಡ್ಡವರು ಸಣ್ಣವರಿಗೆ ಆ ವಿಧಿಗಳನ್ನು ವಿವರಿಸುವಾಗ, ಸದ್ದಿಲ್ಲದೆಯೇ ಸಂಸ್ಕೃತಿಯ ವರ್ಗಾವಣೆಯಾಗುತ್ತದೆ. ಮಗುವು ದೊಡ್ಡವರಿಗೆ ನಮಸ್ಕರಿಸುವುದು, ಅತಿಥಿ ಸತ್ಕಾರ ಮಾಡುವುದು ಇವೆಲ್ಲವನ್ನೂ ನೋಡಿ ಕಲಿಯುತ್ತದೆ.

೧.೪ ಕಲೆ ಮತ್ತು ಕಥೆಗಳ ಪರಂಪರೆ

ನಮ್ಮ ಜಾನಪದ ಹಾಡುಗಳು, ಗಾದೆ ಮಾತುಗಳು ಮತ್ತು ಹಿರಿಯರು ಹೇಳುವ ‘ಹರಿಕಥೆ’ಯಂತಹ ವಿಷಯಗಳು ಸಂಬಂಧಿಕರ ಒಡನಾಟದಿಂದ ಮಾತ್ರ ಉಳಿಯಲು ಸಾಧ್ಯ. ಅಜ್ಜಿ ಹೇಳುವ ‘ಹಿಂದಿನ ಕಾಲದ ಕಥೆ’ಯಲ್ಲಿ ಸಿಗುವ ರಸವತ್ತಾದ ಮಾಹಿತಿ ಗೂಗಲ್ನಲ್ಲೂ (Google) ಸಿಗುವುದಿಲ್ಲ. ಈ ಮೌಖಿಕ ಪರಂಪರೆಯನ್ನು ಕಾಪಾಡುವ ಕೊಂಡಿಯೇ ನಮ್ಮ ಬಂಧು-ಬಳಗ.

ಈ ಅಧ್ಯಾಯದ ಸಾರಾಂಶ:

ನಾವು ಯಾರು? ನಮ್ಮ ಹಿನ್ನೆಲೆ ಏನು? ಎಂಬ ಪ್ರಶ್ನೆಗಳಿಗೆ ಸಂಸ್ಕೃತಿಯೇ ಉತ್ತರ. ಈ ಸಂಸ್ಕೃತಿಯನ್ನು ಜೀವಂತವಾಗಿರಿಸುವ ಶಕ್ತಿ ಸಂಬಂಧಿಕರಿಗಿದೆ. ಅವರು ನಮ್ಮನ್ನು ಕೇವಲ ವ್ಯಕ್ತಿಗಳನ್ನಾಗಿ ಮಾಡದೆ, ಒಂದು ಪರಂಪರೆಯ ಭಾಗವನ್ನಾಗಿ ಮಾಡುತ್ತಾರೆ.

3

ಅಧ್ಯಾಯ ೩: ಕಷ್ಟದ ಕಾಲದ ಆಸರೆ

"ನೆಂಟ ಇರಬೇಕು ಸಂಕಷ್ಟ ಬಂದಾಗ, ಗಂಟು ಇರಬೇಕು ಗಂಡಾಂತರ ಬಂದಾಗ."

ಜೀವನವು ಯಾವಾಗಲೂ ಸುಗಮವಾಗಿರುವುದಿಲ್ಲ. ಸಮುದ್ರದ ಅಲೆಗಳಂತೆ ಸುಖ-ದುಃಖಗಳು ಬರುತ್ತಲೇ ಇರುತ್ತವೆ. ನಾವು ಸುಖವಾಗಿದ್ದಾಗ ನೂರಾರು ಜನ ನಮ್ಮ ಸುತ್ತ ಇರಬಹುದು, ಆದರೆ ನಾವು ಸೋತಾಗ, ಕಣ್ಣೀರು ಹಾಕಿದಾಗ ಮೊದಲು ಧಾವಿಸಿ ಬರುವವರು ನಮ್ಮ ರಕ್ತ ಸಂಬಂಧಿಗಳು.

೩.೧ ಭಾವನಾತ್ಮಕ ಬೆಂಬಲ (Emotional Support)

ಮನುಷ್ಯನಿಗೆ ದೈಹಿಕ ಗಾಯಕ್ಕಿಂತ ಮನಸ್ಸಿನ ಗಾಯ ದೊಡ್ಡದು. ಪ್ರೀತಿಪಾತ್ರರ ಅಗಲಿಕೆ ಅಥವಾ ಕೆಲಸದಲ್ಲಿನ ವೈಫಲ್ಯದಿಂದ ಮನಸ್ಸು ಜರ್ಜರಿತವಾದಾಗ, ಸಂಬಂಧಿಕರು ನೀಡುವ ಸಾಂತ್ವನ ಮದ್ದಿನಂತೆ ಕೆಲಸ ಮಾಡುತ್ತದೆ. "ನಾವಿದ್ದೇವೆ, ಹೆದರಬೇಡ" ಎಂಬ ಆ ಒಂದು ಮಾತು ವ್ಯಕ್ತಿಯಲ್ಲಿ ಆತ್ಮವಿಶ್ವಾಸವನ್ನು ಮರುಕಳಿಸುವಂತೆ ಮಾಡುತ್ತದೆ. ಹೊರಗಿನವರು ಸಹಾನುಭೂತಿ ತೋರಿಸಬಹುದು, ಆದರೆ ಸಂಬಂಧಿಕರು ಮಾತ್ರ ಆ ನೋವನ್ನು ತಮ್ಮದೆಂದು ಭಾವಿಸಿ ಹಂಚಿಕೊಳ್ಳುತ್ತಾರೆ.

೩.೨ ಆರ್ಥಿಕ ಮತ್ತು ಶಾರೀರಿಕ ನೆರವು

ಇಂದಿನ ಕಾಲದಲ್ಲಿ ಹಣವೇ ದೊಡ್ಡದು ಎನ್ನಿಸಿದರೂ, ತುರ್ತು ಸಂದರ್ಭಗಳಲ್ಲಿ (Emergency) ಬ್ಯಾಂಕ್ ಲೋನ್‌ಗಿಂತ ಮೊದಲು ನಮಗೆ ನೆರವಾಗುವುದು ಹತ್ತಿರದ ಬಂಧುಗಳೇ. ಅನಾರೋಗ್ಯದ ಸಮಯದಲ್ಲಿ ಆಸ್ಪತ್ರೆಯಲ್ಲಿ ರಾತ್ರಿ ಪೂರ್ತಿ ಎಚ್ಚರವಿದ್ದು ನೋಡಿಕೊಳ್ಳುವುದು, ರಕ್ತದ ಅವಶ್ಯಕತೆ ಇದ್ದಾಗ ಓಡಿ ಬರುವುದು

ಅಥವಾ ಮನೆಯಲ್ಲಿ ಅನಿವಾರ್ಯ ಪರಿಸ್ಥಿತಿ ಬಂದಾಗ ಜವಾಬ್ದಾರಿಯನ್ನು ಹೊತ್ತುಕೊಳ್ಳುವುದು ಸಂಬಂಧಿಕರಿಂದ ಮಾತ್ರ ಸಾಧ್ಯ.

೩.೩ ಮಾರ್ಗದರ್ಶನ ಮತ್ತು ಸಲಹೆ

ನಾವು ದಾರಿ ತಪ್ಪಿದಾಗ ಅಥವಾ ಗೊಂದಲದಲ್ಲಿದ್ದಾಗ, ನಮ್ಮನ್ನು ಚೆನ್ನಾಗಿ ಬಲ್ಲ ಸಂಬಂಧಿಕರು ಸರಿಯಾದ ಮಾರ್ಗದರ್ಶನ ನೀಡಬಲ್ಲರು. ಅವರಿಗೆ ನಮ್ಮ ಕುಟುಂಬದ ಹಿನ್ನೆಲೆ ಮತ್ತು ನಮ್ಮ ಸಾಮರ್ಥ್ಯದ ಅರಿವಿರುತ್ತದೆ. ಕಷ್ಟದ ಸಮಯದಲ್ಲಿ ತಪ್ಪು ನಿರ್ಧಾರ ತೆಗೆದುಕೊಳ್ಳದಂತೆ ತಡೆಯುವ ಹಿರಿಯರ ಅನುಭವದ ಮಾತುಗಳು ನಮಗೆ ದಾರಿದೀಪವಾಗುತ್ತವೆ.

೩.೪ 'ನಮ್ಮವರು' ಎಂಬ ಭದ್ರತೆಯ ಭಾವನೆ

ಒಬ್ಬ ವ್ಯಕ್ತಿಗೆ ಜಗತ್ತಿನಲ್ಲಿ ತಾನು ಏಕಾಂಗಿಯಲ್ಲ, ತನ್ನ ಹಿಂದೆ ಒಂದು ದೊಡ್ಡ ಸೈನ್ಯವೇ ಇದೆ ಎಂಬ ಭಾವನೆ ದೊಡ್ಡ ಧೈರ್ಯವನ್ನು ನೀಡುತ್ತದೆ. ಈ ಸಾಮಾಜಿಕ ಭದ್ರತೆ (Social Security) ಮನುಷ್ಯನ ಮಾನಸಿಕ ಆರೋಗ್ಯವನ್ನು ಕಾಪಾಡುತ್ತದೆ. ಈ ಭದ್ರತೆಯೇ ಮನುಷ್ಯನಿಗೆ ಎಂತಹ ಕಠಿಣ ಸವಾಲುಗಳನ್ನೂ ಎದುರಿಸುವ ಶಕ್ತಿಯನ್ನು ತುಂಬುತ್ತದೆ.

ಈ ಅಧ್ಯಾಯದ ಸಾರಾಂಶ:

ಕಷ್ಟದ ಕಾಲವೇ ಸಂಬಂಧಗಳ ಅಸಲಿ ಪರೀಕ್ಷೆ. ಆ ಸಮಯದಲ್ಲಿ ಕೈಹಿಡಿದು ನಡೆಸುವ ಸಂಬಂಧಿಕರು ಜೀವನದ ನಿಜವಾದ ಆಸ್ತಿ. ಅವರು ಕೇವಲ ವ್ಯಕ್ತಿಗಳಲ್ಲ, ಅವರು ನಮ್ಮ ಬದುಕಿನ ವಿಮೆಯಿದ್ದಂತೆ (Insurance).

4

ಅಧ್ಯಾಯ ೪: ಹಬ್ಬ-ಹರಿದಿನಗಳ ಸಡಗರ

"ಒಂಟಿ ದೀಪ ಬೆಳಗಬಹುದು, ಆದರೆ ಸಾಲು ದೀಪಗಳಿದ್ದರೆ ಮಾತ್ರ ಅದು ದೀಪಾವಳಿ."

ನಮ್ಮ ಭಾರತೀಯ ಸಂಸ್ಕೃತಿಯಲ್ಲಿ ಹಬ್ಬಗಳೆಂದರೆ ಕೇವಲ ಪೂಜೆ ಅಥವಾ ಅಡುಗೆಯಲ್ಲ; ಅದು ಸಂಬಂಧಗಳ ಪುನರ್ಮಿಲನ. ಸಂಬಂಧಿಕರು ಜೊತೆಗಿದ್ದಾಗ ಮಾತ್ರ ಯಾವುದೇ ಸಣ್ಣ ಸಂಭ್ರಮವೂ ದೊಡ್ಡ ಉತ್ಸವವಾಗಿ ಬದಲಾಗುತ್ತದೆ.

೪.೧ ಸಡಗರದ ವಾತಾವರಣ

ಹಬ್ಬದ ಸಮಯದಲ್ಲಿ ಮನೆಗೆ ಬರುವ ನೆಂಟರು, ಮಕ್ಕಳ ಕಿರುಚಾಟ, ಹಿರಿಯರ ಹರಟೆ - ಇವೆಲ್ಲವೂ ಮನೆಯಲ್ಲಿ ಒಂದು ಜೀವಂತಿಕೆಯನ್ನು ತುಂಬುತ್ತವೆ. ಒಬ್ಬರೇ ಕುಳಿತು ಮಾಡುವ ಹಬ್ಬದಲ್ಲಿ ಯಾಂತ್ರಿಕತೆ ಇರುತ್ತದೆ, ಆದರೆ ಹತ್ತು ಜನ ಸೇರಿ ಮಾಡುವ ಹಬ್ಬದಲ್ಲಿ ಒಂದು ಅದ್ಭುತವಾದ ಶಕ್ತಿ (Positive Energy) ಇರುತ್ತದೆ. ಪರಸ್ಪರ ಉಡುಗೊರೆಗಳನ್ನು ಹಂಚಿಕೊಳ್ಳುವುದು ಮತ್ತು ಒಟ್ಟಾಗಿ ಕೆಲಸ ಮಾಡುವುದು ಮನಸ್ಸಿಗೆ ಮುದ ನೀಡುತ್ತದೆ.

೪.೨ ಹಂಚಿ ತಿನ್ನುವ ಸುಖ

"ಉಂಡವನೇ ಜಾಣ" ಎಂಬ ಮಾತಿದ್ದರೂ, "ಹಂಚಿ ಉಂಡವನೇ ಸುಖಿ" ಎಂಬುದು ಹಬ್ಬಗಳ ಮೂಲ ಮಂತ್ರ. ತರಹೇವಾರಿ ಅಡುಗೆಗಳನ್ನು ಮಾಡಿ, ಎಲ್ಲರೂ ಎಲೆ ಹಾಕಿ ಕುಳಿತು, ಒಬ್ಬರಿಗೊಬ್ಬರು ಬಡಿಸುತ್ತಾ, ತಮಾಷೆ ಮಾಡುತ್ತಾ ಊಟ ಮಾಡುವ ಸುಖವೇ ಬೇರೆ. ಹಬ್ಬದ ಅಡುಗೆಯ ರುಚಿ ಹೆಚ್ಚುವುದು ಸಾಂಬಾರಿನ ಪದಾರ್ಥಗಳಿಂದಲ್ಲ, ಬದಲಾಗಿ ಜೊತೆಗಿರುವ ಪ್ರೀತಿಪಾತ್ರರಿಂದ.

೪.೩ ನೆನಪುಗಳ ಬುತ್ತಿ

ಹಬ್ಬಗಳಲ್ಲಿ ಸಂಬಂಧಿಕರು ಸೇರಿದಾಗ ಹಳೆಯ ನೆನಪುಗಳ ಮೆಲುಕು ಹಾಕುವಿಕೆ ನಡೆಯುತ್ತದೆ. "ನಾವು ಸಣ್ಣವರಿದ್ದಾಗ ಹೀಗೆ ಮಾಡ್ತಿದ್ವಿ", "ಆ ವರ್ಷದ ಹಬ್ಬದಲ್ಲಿ ಹೀಗಾಯ್ತು" ಎಂದು ಹಿರಿಯರು ಹೇಳುವ ಮಾತುಗಳು ನಗು ತರಿಸುತ್ತವೆ. ಇಂತಹ ಮಾತುಕತೆಗಳು ಕುಟುಂಬದ ಬಾಂಧವ್ಯವನ್ನು ಗಟ್ಟಿಗೊಳಿಸುತ್ತವೆ ಮತ್ತು ಕಿರಿಯರಿಗೆ ತಮ್ಮ ಕುಟುಂಬದ ಇತಿಹಾಸದ ಬಗ್ಗೆ ಅರಿವು ಮೂಡಿಸುತ್ತವೆ.

೪.೪ ಸಾಮೂಹಿಕ ಆಚರಣೆಯ ಶಕ್ತಿ

ಯಾವುದೇ ಧಾರ್ಮಿಕ ವಿಧಿವಿಧಾನ ಅಥವಾ ಹಬ್ಬದ ಮೆರವಣಿಗೆಯಿರಲಿ, ಜನಸಂದಣಿ ಇದ್ದಾಗ ಮಾತ್ರ ಅದಕ್ಕೊಂದು ಕಳೆ. ಸಂಬಂಧಿಕರೆಲ್ಲರೂ ಸೇರಿ ಮಾಡುವ ಪೂಜೆ ಅಥವಾ ಆಚರಣೆಗಳು ನಮ್ಮಲ್ಲಿ ಒಗ್ಗಟ್ಟಿನ ಭಾವನೆಯನ್ನು ಮೂಡಿಸುತ್ತವೆ. ಇದು ಕೇವಲ ಮೋಜಿನ ವಿಷಯವಲ್ಲ, ಇದು ಸಮಾಜದಲ್ಲಿ ನಾವೆಲ್ಲರೂ ಒಂದೇ ಎಂಬ ಸಂದೇಶವನ್ನು ನೀಡುತ್ತದೆ.

ಈ ಅಧ್ಯಾಯದ ಸಾರಾಂಶ:

ಹಬ್ಬಗಳು ಕೇವಲ ಕ್ಯಾಲೆಂಡರ್‌ನಲ್ಲಿರುವ ದಿನಾಂಕಗಳಲ್ಲ, ಅವು ಸಂಬಂಧಗಳನ್ನು ನವೀಕರಿಸುವ (Renewal) ಅವಕಾಶಗಳು. ಸಂಬಂಧಿಕರು ಇಲ್ಲದ ಹಬ್ಬವು ಬಣ್ಣವಿಲ್ಲದ ಚಿತ್ರದಂತೆ. ಸಂಭ್ರಮಕ್ಕೆ ಸಾರ್ಥಕತೆ ಸಿಗುವುದು ಬಂಧುಗಳ ಸಾಂಗತ್ಯದಿಂದ ಮಾತ್ರ.

5

ಅಧ್ಯಾಯ ೫: ಮಾನಸಿಕ ಆರೋಗ್ಯ ಮತ್ತು ಭದ್ರತೆ

"ಪ್ರೀತಿ ಸಿಗುವ ತಾಣವೇ ಮನೆ, ಬೆಂಬಲ ಸಿಗುವ ಜಾಲವೇ ಸಂಬಂಧ."

ಆಧುನಿಕ ಜೀವನಶೈಲಿಯಲ್ಲಿ ಮನುಷ್ಯ ಎಲ್ಲವನ್ನೂ ಹೊಂದಿದ್ದಾನೆ—ಹಣ, ಅಧಿಕಾರ, ಸೌಲಭ್ಯಗಳು. ಆದರೆ ಇವೆಲ್ಲದರ ನಡುವೆಯೂ ಅನೇಕರು ಅನುಭವಿಸುತ್ತಿರುವ ದೊಡ್ಡ ಸಮಸ್ಯೆ ಎಂದರೆ 'ಒಂಟಿತನ'. ಈ ಒಂಟಿತನಕ್ಕೆ ಮತ್ತು ಅದರಿಂದ ಉಂಟಾಗುವ ಮಾನಸಿಕ ಒತ್ತಡಕ್ಕೆ ಸಂಬಂಧಿಕರ ಒಡನಾಟವೇ ಅತ್ಯುತ್ತಮ ಮದ್ದು.

೫.೧ ಒಂಟಿತನದ ನಿವಾರಣೆ

ಮನುಷ್ಯನಿಗೆ ತನ್ನ ಮನದ ಮಾತುಗಳನ್ನು ಹಂಚಿಕೊಳ್ಳಲು ಒಬ್ಬರು ಬೇಕು. ತೀರ್ಪು ನೀಡದೆ (Non-judgmental), ಕೇವಲ ಪ್ರೀತಿಯಿಂದ ಕೇಳಿಸಿಕೊಳ್ಳುವ ಕಿವಿಗಳು ಸಂಬಂಧಿಕರ ಬಳಿ ಇರುತ್ತವೆ. ದಿನವಿಡೀ ಕೆಲಸದ ಒತ್ತಡದಲ್ಲಿದ್ದ ವ್ಯಕ್ತಿ ಮನೆಗೆ ಬಂದಾಗ ಅಥವಾ ವಾರಾಂತ್ಯದಲ್ಲಿ ಬಂಧುಗಳೊಡನೆ ಕಾಲ ಕಳೆದಾಗ ಅವನ ಮನಸ್ಸಿನ ಭಾರ ಕಡಿಮೆಯಾಗುತ್ತದೆ. "ನನ್ನನ್ನು ಅರ್ಥಮಾಡಿಕೊಳ್ಳುವವರು ಇದ್ದಾರೆ" ಎಂಬ ಭಾವನೆಯೇ ಮಾನಸಿಕ ಆರೋಗ್ಯಕ್ಕೆ ಬುನಾದಿ.

೫.೨ ಸಂಕಷ್ಟದಲ್ಲಿ ಸಿಗುವ ಮಾನಸಿಕ ಸ್ಥಿರತೆ

ಜೀವನದಲ್ಲಿ ಸೋಲು ಅಥವಾ ವಿಫಲತೆ ಎದುರಾದಾಗ ಮನುಷ್ಯ ಬೇಗನೆ ಧೃತಿಗೆಡುತ್ತಾನೆ. ಅಂತಹ ಸಮಯದಲ್ಲಿ ಸಂಬಂಧಿಕರು ಕೇವಲ ದೈಹಿಕವಾಗಿ ಅಲ್ಲದೆ, ಮಾನಸಿಕವಾಗಿ ಧೈರ್ಯ ತುಂಬುತ್ತಾರೆ. ಹಿರಿಯರು ತಮ್ಮ ಜೀವನದ ಕಥೆಗಳನ್ನು ಹೇಳುತ್ತಾ, "ಇದು ಜೀವನದ ಒಂದು ಭಾಗವಷ್ಟೇ, ನಾವು ನಿನ್ನ

ಜೊತೆಗಿದ್ದೇವೆ" ಎಂದು ಹೇಳುವ ಮಾತುಗಳು ಡಿಪ್ರೆಶನ್ನಂತಹ ಸಮಸ್ಯೆಗಳಿಂದ ದೂರವಿಡುತ್ತವೆ.

೫.೩ ಭದ್ರತೆಯ ಭಾವನೆ (Sense of Security)

ಒಬ್ಬ ವ್ಯಕ್ತಿಗೆ ಜಗತ್ತಿನಲ್ಲಿ ತಾನು ಸುರಕ್ಷಿತವಾಗಿದ್ದೇನೆ ಎಂಬ ಭಾವನೆ ಬಹಳ ಮುಖ್ಯ. ಸಂಬಂಧಿಕರ ಬೆಂಬಲವಿರುವ ವ್ಯಕ್ತಿಗೆ ಯಾವುದೇ ಸವಾಲನ್ನು ಎದುರಿಸಲು ಭಯವಿರುವುದಿಲ್ಲ. ಈ ಭದ್ರತೆಯ ಭಾವನೆಯು ಮೆದುಳಿನಲ್ಲಿರುವ ಆತಂಕವನ್ನು (Anxiety) ಕಡಿಮೆ ಮಾಡುತ್ತದೆ. ಮಕ್ಕಳಿಗೆ ಮತ್ತು ವೃದ್ಧರಿಗೆ ಈ ಭಾವನೆ ಅತೀ ಹೆಚ್ಚು ಅಗತ್ಯವಾಗಿರುತ್ತದೆ.

೫.೪ ನಗು ಮತ್ತು ಉಲ್ಲಾಸದ ಕ್ಷಣಗಳು

ಸಂಬಂಧಿಕರು ಸೇರಿದಾಗ ಅಲ್ಲಿ ಹರಟೆ, ತಮಾಷೆ, ಕಾಲೆಳೆಯುವುದು ಸಾಮಾನ್ಯ. ಇಂತಹ ಹಗುರವಾದ ಕ್ಷಣಗಳು ದೇಹದಲ್ಲಿ 'ಎಂಡಾರ್ಫಿನ್' ಎಂಬ ಹಾರ್ಮೋನ್ಗಳನ್ನು ಬಿಡುಗಡೆ ಮಾಡುತ್ತವೆ, ಇದು ಒತ್ತಡವನ್ನು ಕಡಿಮೆ ಮಾಡಿ ನೈಸರ್ಗಿಕವಾಗಿ ಮನಸ್ಸನ್ನು ಪ್ರಫುಲ್ಲವಾಗಿರಿಸುತ್ತದೆ. ಸಂಬಂಧಿಕರ ಜೊತೆ ನಗುವುದು ಒಂದು ರೀತಿಯ ಥೆರಪಿಯಿದ್ದಂತೆ.

ಈ ಅಧ್ಯಾಯದ ಸಾರಾಂಶ:

ಮಾನಸಿಕ ಆರೋಗ್ಯವು ಕೇವಲ ವೈದ್ಯಕೀಯ ಚಿಕಿತ್ಸೆಯಿಂದ ಮಾತ್ರ ಸಿಗುವುದಿಲ್ಲ. ಅದು ಪ್ರೀತಿ ಮತ್ತು ಕಾಳಜಿಯ ವಾತಾವರಣದಲ್ಲಿ ವೃದ್ಧಿಯಾಗುತ್ತದೆ. ಸಂಬಂಧಿಕರು ಈ ಪ್ರೀತಿಯ ಸಾಕಾರ ಮೂರ್ತಿಗಳು. ಅವರು ನಮ್ಮನ್ನು ಮಾನಸಿಕವಾಗಿ ಸದೃಢರನ್ನಾಗಿ ಮಾಡುತ್ತಾರೆ.

6

ಅಧ್ಯಾಯ ೬: ಮಕ್ಕಳ ಬೆಳವಣಿಗೆಯ ಮೇಲೆ ಪ್ರಭಾವ

"ಒಂದು ಮಗುವನ್ನು ಬೆಳೆಸಲು ಇಡೀ ಹಳ್ಳಿಯೇ ಬೇಕು" ಎಂಬ ಆಫ್ರಿಕನ್ ಗಾದೆ ಮಾತು ನಮ್ಮ ಭಾರತೀಯ ಅವಿಭಕ್ತ ಕುಟುಂಬದ ವ್ಯವಸ್ಥೆಗೆ ಅನ್ವಯಿಸುತ್ತದೆ. ಮಗುವಿನ ಮಾನಸಿಕ, ಸಾಮಾಜಿಕ ಮತ್ತು ನೈತಿಕ ಬೆಳವಣಿಗೆಯಲ್ಲಿ ಕೇವಲ ಪೋಷಕರಷ್ಟೇ ಅಲ್ಲದೆ, ಸಂಬಂಧಿಕರ ಪಾತ್ರವೂ ಅತ್ಯಂತ ನಿರ್ಣಾಯಕವಾಗಿರುತ್ತದೆ.

೬.೧ ಬಹುಮುಖಿ ವ್ಯಕ್ತಿತ್ವದ ವಿಕಸನ

ಮಗುವು ಕೇವಲ ತಂದೆ-ತಾಯಿಯನ್ನು ನೋಡಿ ಬೆಳೆದರೆ ಅದರ ಆಲೋಚನೆಗಳು ಸೀಮಿತವಾಗಿರುತ್ತವೆ. ಆದರೆ ಅತ್ತೆ, ಮಾವ, ದೊಡ್ಡಪ್ಪ, ಚಿಕ್ಕಪ್ಪ ಮತ್ತು ಅವರ ಮಕ್ಕಳೊಂದಿಗೆ ಬೆರೆತಾಗ, ಮಗುವು ವಿಭಿನ್ನ ಸ್ವಭಾವದ ಜನರನ್ನು ಹೇಗೆ ನಿಭಾಯಿಸಬೇಕು ಎಂಬುದನ್ನು ಕಲಿಯುತ್ತದೆ. ಇದು ಮಗುವಿನಲ್ಲಿ ಸಮಾಜಮುಖಿ ಚಿಂತನೆ ಮತ್ತು ಹೊಂದಾಣಿಕೆಯ ಗುಣವನ್ನು ಬೆಳೆಸುತ್ತದೆ.

೬.೨ ಹಂಚಿಕೊಳ್ಳುವ ಗುಣ (Sharing is Caring)

ಇಂದಿನ 'ಒಂದೇ ಮಗು' ಸಂಸ್ಕೃತಿಯಲ್ಲಿ ಮಕ್ಕಳು ಹಠಮಾರಿಗಳಾಗುವ ಸಾಧ್ಯತೆ ಹೆಚ್ಚು. ಆದರೆ ಸಂಬಂಧಿಕರ ಮಕ್ಕಳೊಂದಿಗೆ (Cousins) ಆಟವಾಡುತ್ತಾ ಬೆಳೆದಾಗ, ತನ್ನ ಆಟಿಕೆಗಳನ್ನು, ಆಹಾರವನ್ನು ಮತ್ತು ಪ್ರೀತಿಯನ್ನು ಹಂಚಿಕೊಳ್ಳುವುದನ್ನು ಮಗು ಸಹಜವಾಗಿ ಕಲಿಯುತ್ತದೆ. ಈ 'ಹಂಚಿ ಉಣ್ಣುವ' ಗುಣವು ಮಗುವನ್ನು ಭವಿಷ್ಯದಲ್ಲಿ ಒಬ್ಬ ಉತ್ತಮ ನಾಗರಿಕನನ್ನಾಗಿ ಮಾಡುತ್ತದೆ.

೬.೩ ಭಾವನಾತ್ಮಕ ಭದ್ರತೆ ಮತ್ತು ಪ್ರೀತಿಯ ಸುರಿಮಳೆ

ಪೋಷಕರು ಕೆಲಸದ ಒತ್ತಡದಲ್ಲಿದ್ದಾಗ ಅಥವಾ ಶಿಸ್ತಿನ ನೆಪದಲ್ಲಿ ಮಗುವನ್ನು ಗಿಟ್ಟಿಸಿದಾಗ, ಮಗುವಿಗೆ ಆಸರೆಯಾಗಿ ನಿಲ್ಲುವುದು ಅಜ್ಜ-ಅಜ್ಜಿ ಅಥವಾ ಇತರ ಸಂಬಂಧಿಕರು. ಅವರ ಮಡಿಲಲ್ಲಿ ಸಿಗುವ ಬೇಷರತ್ ಪ್ರೀತಿ ಮಗುವಿಗೆ ಜಗತ್ತಿನ ಮೇಲೆ ನಂಬಿಕೆ ಮೂಡಿಸುತ್ತದೆ. ಈ ಭಾವನಾತ್ಮಕ ಭದ್ರತೆಯು ಮಗುವಿನ ಆತ್ಮವಿಶ್ವಾಸವನ್ನು ಹೆಚ್ಚಿಸುತ್ತದೆ.

೬.೪ ಸಂಸ್ಕಾರ ಮತ್ತು ಮೌಲ್ಯಗಳ ಶಿಕ್ಷಣ

ಶಾಲೆಗಳು ಕೇವಲ ಮಾಹಿತಿಯನ್ನು ನೀಡುತ್ತವೆ, ಆದರೆ ಸಂಬಂಧಿಕರು ಸಂಸ್ಕಾರವನ್ನು ನೀಡುತ್ತಾರೆ. ಹಿರಿಯರು ಹೇಳುವ ಕಥೆಗಳ ಮೂಲಕ ಮಗುವು ನ್ಯಾಯ-ಅನ್ಯಾಯ, ಸತ್ಯ-ಅಸತ್ಯಗಳ ನಡುವಿನ ವ್ಯತ್ಯಾಸವನ್ನು ಕಲಿಯುತ್ತದೆ. ಹಬ್ಬ ಹರಿದಿನಗಳಲ್ಲಿ ಎಲ್ಲರೊಂದಿಗೆ ಬೆರೆಯುವಾಗ ನಮ್ಮ ಸಂಸ್ಕೃತಿಯ ಬಗ್ಗೆ ಹೆಮ್ಮೆ ಮೂಡುತ್ತದೆ. ಇದು ಮಗುವಿನ ನೈತಿಕ ಬೇರುಗಳನ್ನು ಗಟ್ಟಿಗೊಳಿಸುತ್ತದೆ.

೬.೫ ಒಂಟಿತನ ಮತ್ತು ಗ್ಯಾಜೆಟ್ ಹವ್ಯಾಸದಿಂದ ಮುಕ್ತಿ

ಮನೆತುಂಬಾ ಸಂಬಂಧಿಕರು ಮತ್ತು ಆಟವಾಡಲು ಅಕ್ಕ-ತಂಗಿಯರು, ಅಣ್ಣ-ತಮ್ಮಂದಿರು ಇದ್ದರೆ ಮಕ್ಕಳು ಮೊಬೈಲ್ ಅಥವಾ ಟಿವಿಗೆ ಅಂಟಿಕೊಳ್ಳುವುದಿಲ್ಲ. ಪರಸ್ಪರ ಮಾತುಕತೆ, ಓಡು-ಬಾಜಿ ಆಟಗಳು ಮಗುವಿನ ದೈಹಿಕ ಮತ್ತು ಮಾನಸಿಕ ಆರೋಗ್ಯವನ್ನು ಕಾಪಾಡುತ್ತವೆ.

ಈ ಅಧ್ಯಾಯದ ಸಾರಾಂಶ:

ಮಕ್ಕಳು ಕೇವಲ ಪೋಷಕರ ಆಸ್ತಿಯಲ್ಲ, ಅವರು ಇಡೀ ವಂಶದ ಕುಡಿಗಳು. ಸಂಬಂಧಿಕರ ಪ್ರೀತಿ ಮತ್ತು ಮಾರ್ಗದರ್ಶನದಲ್ಲಿ ಬೆಳೆಯುವ ಮಕ್ಕಳು ಹೆಚ್ಚು ಸಹಾನುಭೂತಿ ಉಳ್ಳವರಾಗಿ ಮತ್ತು ಜವಾಬ್ದಾರಿಯುತ ವ್ಯಕ್ತಿಗಳಾಗಿ ರೂಪುಗೊಳ್ಳುತ್ತಾರೆ.

7

ಅಧ್ಯಾಯ ೭: ಸಂಬಂಧಗಳಲ್ಲಿನ ಸವಾಲುಗಳು ಮತ್ತು ನಿರ್ವಹಣೆ

"ಪಾತ್ರೆಗಳಿದ್ದಲ್ಲಿ ಶಬ್ದ ಸಹಜ, ಆದರೆ ಆ ಶಬ್ದ ಸಂಗೀತವಾಗಬೇಕೇ ಹೊರತು ಕರ್ಕಶವಾಗಬಾರದು."

ಸಂಬಂಧಿಕರು ಎಂದ ಮೇಲೆ ಅಲ್ಲಿ ಭಿನ್ನಾಭಿಪ್ರಾಯಗಳು, ಸಣ್ಣಪುಟ್ಟ ಜಗಳಗಳು ಮತ್ತು ಮನಸ್ತಾಪಗಳು ಇರುವುದು ಸಾಮಾನ್ಯ. ಆದರೆ, ಈ ಸವಾಲುಗಳನ್ನು ಸರಿಯಾಗಿ ನಿರ್ವಹಿಸದಿದ್ದರೆ ಸುಂದರವಾದ ಬಾಂಧವ್ಯಗಳು ಮುರಿದುಬೀಳಬಹುದು. ಸಂಬಂಧಗಳನ್ನು ಗಟ್ಟಿಗೊಳಿಸಲು ನಾವು ಕೆಲವು ಸೂತ್ರಗಳನ್ನು ಪಾಲಿಸಬೇಕಾಗುತ್ತದೆ.

೭.೧ ಅಹಂಕಾರದ ತ್ಯಾಗ (Letting go of Ego)

ಬಹಳಷ್ಟು ಸಂಬಂಧಗಳು ಮುರಿದುಬೀಳುವುದು "ನಾನೇಕೆ ಮೊದಲು ಮಾತನಾಡಬೇಕು?" ಎಂಬ ಅಹಂಕಾರದಿಂದ. ಸಂಬಂಧದಲ್ಲಿ ಸೋಲುವುದು ಎಂದರೆ ವ್ಯಕ್ತಿಯಾಗಿ ಸೋಲುವುದು ಅಲ್ಲ, ಬದಲಾಗಿ ಪ್ರೀತಿಯನ್ನು ಗೆಲ್ಲಿಸುವುದು ಎಂದರ್ಥ. ತಪ್ಪು ಯಾರದ್ದೇ ಇರಲಿ, ದೊಡ್ಡ ಮನಸ್ಸು ಮಾಡಿ ಕ್ಷಮಿಸುವುದು ಅಥವಾ ಕ್ಷಮೆ ಕೇಳುವುದು ಸಂಬಂಧವನ್ನು ದೀರ್ಘಕಾಲದವರೆಗೆ ಉಳಿಸುತ್ತದೆ.

೭.೨ ಹಣ ಮತ್ತು ಆಸ್ತಿ ವಿಷಯದಲ್ಲಿ ಪಾರದರ್ಶಕತೆ

ಇಂದಿನ ದಿನಗಳಲ್ಲಿ ಹೆಚ್ಚಿನ ಕುಟುಂಬಗಳಲ್ಲಿ ಬಿರುಕು ಮೂಡಲು ಮುಖ್ಯ ಕಾರಣ ಹಣ ಮತ್ತು ಆಸ್ತಿ ಹಂಚಿಕೆ. ಇಂತಹ ವಿಷಯಗಳಲ್ಲಿ ಪಾರದರ್ಶಕತೆ (Transparency) ಇರಬೇಕು. ಪ್ರೀತಿ ಮತ್ತು ಹಣವನ್ನು ಬೇರ್ಪಡಿಸಿ ನೋಡುವ ಕಲೆ ನಮಗೆ ಗೊತ್ತಿರಬೇಕು. "ಹಣ ಇಂದು ಬರುತ್ತದೆ, ನಾಳೆ ಹೋಗುತ್ತದೆ, ಆದರೆ ಕಳೆದುಕೊಂಡ ಸಂಬಂಧ ಮತ್ತೆ ಸಿಗುವುದಿಲ್ಲ" ಎಂಬ ವಾಸ್ತವದ ಅರಿವಿರಲಿ.

೭.೩ ಹಸ್ತಕ್ಷೇಪ ಮತ್ತು ವೈಯಕ್ತಿಕ ಸ್ವಾತಂತ್ರ್ಯ (Boundaries)

ಸಂಬಂಧಿಕರು ಎಂದರೆ ಪ್ರೀತಿ ಇರಲಿ, ಆದರೆ ಅದು ಇನ್ನೊಬ್ಬರ ಖಾಸಗಿ ಜೀವನಕ್ಕೆ ಅಡ್ಡಿಯಾಗಬಾರದು. ಪ್ರತಿಯೊಬ್ಬರಿಗೂ ಅವರದೇ ಆದ ನಿರ್ಧಾರ ತೆಗೆದುಕೊಳ್ಳುವ ಹಕ್ಕಿರುತ್ತದೆ. ಅತಿಯಾದ ಹಸ್ತಕ್ಷೇಪ ಅಥವಾ ಸಲಹೆಗಳು ಕಿರಿಕಿರಿ ಉಂಟುಮಾಡಬಹುದು. ಎಲ್ಲಿ ಸಲಹೆ ನೀಡಬೇಕು ಮತ್ತು ಎಲ್ಲಿ ಮೌನವಾಗಿರಬೇಕು ಎಂಬ ವಿವೇಚನೆ ಬಾಂಧವ್ಯವನ್ನು ಗೌರವಯುತವಾಗಿರಿಸುತ್ತದೆ.

೭.೪ ಸಂವಹನದ ಮಹತ್ವ (Effective Communication)

ಮನಸ್ಸಿನಲ್ಲಿ ಅಸಮಾಧಾನ ಇಟ್ಟುಕೊಂಡು ಹೊರಗೆ ನಗುವುದಕ್ಕಿಂತ, ನೇರವಾಗಿ ಮತ್ತು ಮೃದುವಾಗಿ ಮಾತನಾಡಿ ಗೊಂದಲಗಳನ್ನು ಬಗೆಹರಿಸಿಕೊಳ್ಳುವುದು ಲೇಸು. ಮೂರನೇ ವ್ಯಕ್ತಿಯ ಮಾತನ್ನು ಕೇಳಿ ಸಂಬಂಧಿಕರ ಬಗ್ಗೆ ತಪ್ಪು ಕಲ್ಪನೆ ಬೆಳೆಸಿಕೊಳ್ಳಬಾರದು. ನೇರ ಸಂವಹನವು ನಂಬಿಕೆಯನ್ನು ಹೆಚ್ಚಿಸುತ್ತದೆ.

೭.೫ ಬದಲಾವಣೆಯನ್ನು ಒಪ್ಪಿಕೊಳ್ಳುವುದು

ಕಾಲಕ್ಕೆ ತಕ್ಕಂತೆ ಮನುಷ್ಯನ ಸ್ವಭಾವ ಮತ್ತು ಪರಿಸ್ಥಿತಿಗಳು ಬದಲಾಗುತ್ತವೆ. ಹತ್ತು ವರ್ಷಗಳ ಹಿಂದೆ ಇದ್ದಂತೆ ಇಂದು ಎಲ್ಲರೂ ಇರಲು ಸಾಧ್ಯವಿಲ್ಲ. ಬದಲಾದ ಸಂದರ್ಭಕ್ಕೆ ತಕ್ಕಂತೆ ನಾವು ನಮ್ಮ ನಿರೀಕ್ಷೆಗಳನ್ನು (Expectations) ಕಡಿಮೆ ಮಾಡಿಕೊಂಡರೆ ಅಸಮಾಧಾನಗಳು ಕಡಿಮೆಯಾಗುತ್ತವೆ.

ಈ ಅಧ್ಯಾಯದ ಸಾರಾಂಶ:

ಸಂಬಂಧಗಳನ್ನು ಬೆಳೆಸುವುದು ಸುಲಭ, ಆದರೆ ಉಳಿಸಿಕೊಳ್ಳುವುದು ಒಂದು ಕಲೆ. ತಾಳ್ಮೆ, ಕ್ಷಮೆ ಮತ್ತು ಪರಸ್ಪರ ಗೌರವ ಎಂಬ ಮೂರು ಸ್ತಂಭಗಳ ಮೇಲೆ ನಿಂತಿರುವ ಸಂಬಂಧ ಎಂದಿಗೂ ಅಲುಗಾಡುವುದಿಲ್ಲ.

8

ಅಧ್ಯಾಯ ೮: ಉಪಸಂಹಾರ - ಸಂಬಂಧಗಳೇ ಜೀವನದ ನಿಜವಾದ ಆಸ್ತಿ

"ಬರಿಗೈಲಿ ಬಂದೆವು, ಬರಿಗೈಲಿ ಹೋಗುವೆವು; ಉಳಿಯುವುದು ಕೇವಲ ನಾವು ಹಂಚಿದ ಪ್ರೀತಿ ಮತ್ತು ಬೆಳೆಸಿದ ಸಂಬಂಧಗಳು ಮಾತ್ರ."

ಜೀವನದ ಅಂತ್ಯದಲ್ಲಿ ಮನುಷ್ಯ ತಾನು ಗಳಿಸಿದ ಹಣ, ಆಸ್ತಿ ಅಥವಾ ಪದವಿಗಳ ಬಗ್ಗೆ ಯೋಚಿಸುವುದಿಲ್ಲ. ಬದಲಾಗಿ, ತಾನು ಎಷ್ಟು ಜನರ ಹೃದಯದಲ್ಲಿ ಸ್ಥಾನ ಪಡೆದಿದ್ದೇನೆ, ತನ್ನ ಕಷ್ಟದಲ್ಲಿ ಯಾರು ಜೊತೆಗಿದ್ದರು ಮತ್ತು ತಾನು ಯಾರಿಗೆ ಆಸರೆಯಾಗಿದ್ದೆ ಎಂಬುದು ಮಾತ್ರ ನೆನಪಿಗೆ ಬರುತ್ತದೆ. ಸಂಬಂಧಿಕರು ಎಂಬುದು ಕೇವಲ ಒಂದು ಸಾಮಾಜಿಕ ಚೌಕಟ್ಟಲ್ಲ, ಅದು ಜೀವನದ ಸಾರ್ಥಕತೆಯ ಅಳತೆಗೋಲು.

೮.೧ ಮೌಲ್ಯಗಳ ಮರುಸ್ಥಾಪನೆ

ಇಂದಿನ ವೇಗದ ಜಗತ್ತಿನಲ್ಲಿ ನಾವೆಲ್ಲರೂ ಯಾಂತ್ರಿಕವಾಗುತ್ತಿದ್ದೇವೆ. ಮನೆಗಳು ದೊಡ್ಡದಾಗುತ್ತಿವೆ, ಆದರೆ ಮನಸ್ಸುಗಳು ಕಿರಿದಾಗುತ್ತಿವೆ. ಈ ಸಂದರ್ಭದಲ್ಲಿ ನಾವು ಮತ್ತೆ ಸಂಬಂಧಗಳ ಮಹತ್ವವನ್ನು ಅರಿಯಬೇಕಿದೆ. "ನಾನು" ಎಂಬ ಅಹಂಕಾರದಿಂದ "ನಾವು" ಎಂಬ ಸಾಮೂಹಿಕ ಪ್ರಜ್ಞೆಯತ್ತ ಸಾಗಬೇಕಿದೆ. ಸಂಬಂಧಿಕರೊಂದಿಗೆ ಕಳೆಯುವ ಪ್ರತಿ ಕ್ಷಣವೂ ನಮಗೆ ಮಾನಸಿಕ ಶಾಂತಿ ಮತ್ತು ಬದುಕಿನ ಅರ್ಥವನ್ನು ನೀಡುತ್ತದೆ.

೮.೨ ಡಿಜಿಟಲ್ ಯುಗದಲ್ಲಿ ನೈಜ ಬಾಂಧವ್ಯ

ಸೋಷಿಯಲ್ ಮೀಡಿಯಾದಲ್ಲಿನ 'ಲೈಕ್'ಗಳು ಮತ್ತು 'ಕಮೆಂಟ್'ಗಳು ಎಂದಿಗೂ ಒಬ್ಬ ಸಂಬಂಧಿಕರ ಪ್ರೀತಿಯ ಅಪ್ಪುಗೆಗೆ ಅಥವಾ ಸಾಂತ್ವನದ ಮಾತಿಗೆ ಸಮನಾಗಲಾರವು. ತಂತ್ರಜ್ಞಾನವನ್ನು ಸಂಬಂಧಗಳನ್ನು ಬೆಳೆಸಲು ಬಳಸಬೇಕೇ ಹೊರತು, ಸಂಬಂಧಗಳಿಂದ ದೂರವಾಗಲು ಅಲ್ಲ. ದೂರವಿದ್ದರೂ ಫೋನ್ ಮೂಲಕ ಅಥವಾ ವಿಡಿಯೋ ಕರೆಗಳ ಮೂಲಕ ಮಾತುಕತೆ ನಡೆಸಿ

ಬಾಂಧವ್ಯವನ್ನು ಜೀವಂತವಾಗಿರಿಸಿಕೊಳ್ಳುವುದು ಇಂದಿನ ಅಗತ್ಯ.

೮.೩ ಮುಂದಿನ ಪೀಳಿಗೆಗೆ ಮಾದರಿ

ನಾವು ಇಂದು ನಮ್ಮ ಸಂಬಂಧಿಕರನ್ನು ಹೇಗೆ ನಡೆಸಿಕೊಳ್ಳುತ್ತೇವೆಯೋ, ನಮ್ಮ ಮಕ್ಕಳು ಅದನ್ನೇ ಕಲಿಯುತ್ತಾರೆ. ನಾವು ಹಿರಿಯರನ್ನು ಗೌರವಿಸಿದರೆ, ಸಂಬಂಧಗಳನ್ನು ಪೋಷಿಸಿದರೆ ಮಾತ್ರ ನಮ್ಮ ಮುಂದಿನ ಪೀಳಿಗೆಯೂ ಅದೇ ದಾರಿಯಲ್ಲಿ ಸಾಗುತ್ತದೆ. ಒಂದು ಸುಸಂಸ್ಕೃತ ಸಮಾಜದ ನಿರ್ಮಾಣಕ್ಕೆ ಸದೃಢವಾದ ಕೌಟುಂಬಿಕ ವ್ಯವಸ್ಥೆಯೇ ಅಡಿಪಾಯ.

೮.೪ ಅಂತಿಮ ನುಡಿ

ಸಂಬಂಧಿಕರು ಪರಿಪೂರ್ಣರಲ್ಲದಿರಬಹುದು, ಅವರಲ್ಲಿಯೂ ದೋಷಗಳಿರಬಹುದು. ಆದರೆ, ರಕ್ತದ ಕರೆಗೆ ಓಗೊಡುವ ಗುಣ ಅವರಿಗಿರುತ್ತದೆ. ಮರಕ್ಕೆ ಬೇರು ಎಷ್ಟು ಮುಖ್ಯವೋ, ಮನುಷ್ಯನಿಗೆ ಅವನ ಬಂಧು-ಬಳಗ ಅಷ್ಟೇ ಮುಖ್ಯ. ಸಂಬಂಧಗಳನ್ನು ಮುರಿಯುವುದು ಸುಲಭ, ಆದರೆ ಕಟ್ಟುವುದು ಕಷ್ಟ. ಹಾಗಾಗಿ, ಸಣ್ಣಪುಟ್ಟ ವ್ಯತ್ಯಾಸಗಳನ್ನು ಮರೆತು, ಪ್ರೀತಿಯಿಂದ ಎಲ್ಲರನ್ನೂ ಒಳಗೊಳ್ಳೋಣ.

9

ಬಾಂಧವ್ಯದ ಬೆಸುಗೆ

ಒಂಟಿ ದೀಪದ ಬೆಳಕಿಗಿಂತ ಸಾಲು ದೀಪದ ಸಡಗರ ಲೇಸು,
ಒಬ್ಬನೇ ನಡೆಯುವ ಹಾದಿಗಿಂತ ಜೊತೆಗಿರುವ ಪಯಣ ಲೇಸು.
ಹಣದ ಗಂಟು ಕರಗಬಹುದು, ಅಂತಸ್ತಿನ ಹಮ್ಮು ಅಳಿಯಬಹುದು,
ಆದರೆ ಪ್ರೀತಿಯಿಂದ ಬೆಸೆದ ಸಂಬಂಧ ಎಂದಿಗೂ ಅಳಿಯದು.
ಕಷ್ಟದ ಮಳೆಯು ಸುರಿದಾಗ ಛತ್ರಿಯಂತೆ ನಿಲ್ಲುವವರು,
ಸೋತು ಸುಣ್ಣವಾದಾಗ ಬೆನ್ನ ತಟ್ಟಿ ನಡೆಸುವವರು.
ರಕ್ತದ ಕರೆಯೋ, ಮನದ ಮಿಡಿತವೋ ತಿಳಿಯದು ನಮಗೆ,
ಸಂಬಂಧಿಕರ ಸಾಂಗತ್ಯವೊಂದೇ ಸಾಕು ಈ ಬದುಕಿನ ಪಟ್ಟಣಿಗೆ.
ಸಣ್ಣಪುಟ್ಟ ಮನಸ್ತಾಪದ ಮುಳ್ಳುಗಳು ಇರಬಹುದು ಹಾದಿಯಲಿ,
ಕ್ಷಮೆಯೆಂಬ ಹೂವನು ಚೆಲ್ಲಿ ಮುನ್ನಡೆಯೋಣ ಪ್ರೀತಿಯಲಿ.
ಅಹಂಕಾರದ ಗೋಡೆ ಕಟ್ಟಿ ದೂರವಾಗುವುದು ಸುಲಭವಿಲ್ಲಿ,
ಆದರೆ ಅಕ್ಕರೆಯ ಸೇತುವೆ ಕಟ್ಟಿ ಒಂದಾಗುವುದೇ ನಿಜವಾದ ಗೆಲುವಿಲ್ಲಿ.
ನೆನಪುಗಳ ಬುತ್ತಿಯಿದು, ಸಂಸ್ಕೃತಿಯ ವಾಹಕವಿದು,
ನಮ್ಮ ಅಸ್ತಿತ್ವದ ಬೇರುಗಳಿಗೆ ನೀರೆರೆಯುವ ಕಾಯಕವಿದು.
ಬಾಂಧವ್ಯದ ಬೆಸುಗೆಯಲಿ ನಗುನಗುತ ಬಾಳೋಣ,
ಸಂಬಂಧಗಳೇ ಸಾರ್ಥಕ ಆಸ್ತಿ ಎಂದು ನಾವೆಲ್ಲ ಸಾರೋಣ

ಕೊನೆಯ ಮಾತು: ಬೆಸೆದ ಬಾಂಧವ್ಯ ಎಂದಿಗೂ ಅಮರ

ಈ ಪುಸ್ತಕದ ಕೊನೆಯ ಪುಟವನ್ನು ನೀವು ಮಡಚುವಾಗ, ನಿಮ್ಮ ಮನದ ಆಳದಲ್ಲಿ ನಿಮ್ಮ ಬಾಲ್ಯದ ನೆನಪುಗಳು ಅಥವಾ ನಿಮ್ಮ ಪ್ರೀತಿಯ ಸಂಬಂಧಿಕರ ಮುಖಗಳು ಒಮ್ಮೆ ಮಿಂಚಿ ಹೋಗಿರಬಹುದು ಎಂದು ನಾನು ಭಾವಿಸುತ್ತೇನೆ. ಜೀವನದ ಓಟದಲ್ಲಿ ನಾವು ಎಷ್ಟೇ ಎತ್ತರಕ್ಕೆ ಬೆಳೆದರೂ, ಎಷ್ಟೇ ಸಂಪತ್ತನ್ನು ಗಳಿಸಿದರೂ, ಕೊನೆಯಲ್ಲಿ ನಮಗೆ ಬೇಕಿರುವುದು ನಮ್ಮನ್ನು ಪ್ರೀತಿಸುವ ನಾಲ್ಕು ಜೀವಗಳು.

ಸಂಬಂಧಿಕರು ಎನ್ನುವುದು ಕೇವಲ ಹೆಸರುಗಳಲ್ಲ, ಅವು ನಮ್ಮ ಬದುಕಿನ ಭಾವನಾತ್ಮಕ ಬೇರುಗಳು. ಬೇರುಗಳು ಮಣ್ಣಿನ ಅಡಿಯಲ್ಲಿ ಅದೃಶ್ಯವಾಗಿರಬಹುದು, ಆದರೆ ಮರಕ್ಕೆ ಜೀವ ನೀಡುವ ಶಕ್ತಿ ಇರುವುದು ಅವುಗಳಲ್ಲೇ. ಹಾಗೆಯೇ ನಮ್ಮ ಸಂಬಂಧಗಳು ಕೂಡ ನಮ್ಮನ್ನು ಸಮಾಜದಲ್ಲಿ ಗಟ್ಟಿಯಾಗಿ ಹಿಡಿದಿಟ್ಟಿರುತ್ತವೆ.

ಶರಣಕುಮಾರ ಸೋಲಾಪುರ ಅವರ ಈ ಪುಟ್ಟ ಸಾಹಿತ್ಯ ಪ್ರಯತ್ನವು ನಿಮಗೆ ಈ ಕೆಳಗಿನ ಮೂರು ಮೌಲ್ಯಗಳನ್ನು ನೆನಪಿಸಿರಲಿ:

1. ಕ್ಷಮಾಗುಣ: ಸಣ್ಣ ತಪ್ಪುಗಳಿಗಾಗಿ ದೊಡ್ಡ ಬಾಂಧವ್ಯಗಳನ್ನು ಕಳೆದುಕೊಳ್ಳಬೇಡಿ.
2. ಸಮಯ: ಸಂಬಂಧಿಕರಿಗಾಗಿ ಸ್ವಲ್ಪ ಸಮಯ ಮೀಸಲಿಡಿ, ಅದು ಅವರಿಗೆ ನೀವು ನೀಡುವ ಅತ್ಯಂತ ದೊಡ್ಡ ಉಡುಗೊರೆ.
3. ಹೆಮ್ಮೆ: ನಿಮ್ಮ ಮನೆತನ ಮತ್ತು ಸಂಸ್ಕೃತಿಯ ಬಗ್ಗೆ ಹೆಮ್ಮೆ ಇರಲಿ, ಅದನ್ನು ಮುಂದಿನ ಪೀಳಿಗೆಗೆ ಹಂಚಿ.

ಸಂಬಂಧಗಳಲ್ಲಿ ಬಿರುಕು ಮೂಡುವುದು ಸಹಜ, ಆದರೆ ಅವುಗಳನ್ನು ಬೆಸೆಯುವ ಕಲೆ ನಮಗೆ ಗೊತ್ತಿರಬೇಕು. ಈ ಪುಸ್ತಕವನ್ನು ಓದಿದ ನಂತರ ನೀವು ದೂರವಾದ ಒಬ್ಬ ಸಂಬಂಧಿಗಾದರೂ ಫೋನ್ ಮಾಡಿ ಮಾತನಾಡಿದರೆ ಅಥವಾ ಹಿರಿಯರ ಆಶೀರ್ವಾದ ಪಡೆದರೆ ಈ ಬರಹ ಸಾರ್ಥಕ.

ಬಾಂಧವ್ಯದ ಬೆಸುಗೆ ಹೀಗೆಯೇ ಇರಲಿ, ಪ್ರೀತಿಯ ಸಾಗರ ಎಲ್ಲೆಡೆ ಹರಿಯಲಿ.

ಧನ್ಯವಾದಗಳು.

ಲೇಖಕರ ಪರಿಚಯಶರಣಕುಮಾರ ಸೋಲಾಪುರ

ಕನ್ನಡ ಸಾಹಿತ್ಯ ಮತ್ತು ಸಮಾಜ ಸೇವೆಯಲ್ಲಿ ಸಕ್ರಿಯವಾಗಿ ತೊಡಗಿಸಿಕೊಂಡಿರುವ ಶರಣಕುಮಾರ ಸೋಲಾಪುರ ಅವರು ಮೂಲತಃ ಯಾದಗಿರಿ ಜಿಲ್ಲೆಯ ಸುರಪುರ ತಾಲ್ಲೂಕಿನ ಕಕ್ಕೇರಾ ಪಟ್ಟಣದವರು. ರಾಜಕೀಯ ಶಾಸ್ತ್ರದಲ್ಲಿ ಸ್ನಾತಕೋತ್ತರ ಪದವಿ (M.A. Political Science) ಪಡೆದಿರುವ ಇವರು, ಆಳವಾದ ರಾಜಕೀಯ ಜ್ಞಾನದೊಂದಿಗೆ ಸಾಹಿತ್ಯದ ಮೇಲಿನ ಅಪಾರ ಪ್ರೀತಿಯನ್ನು ಹೊಂದಿದ್ದಾರೆ.ಕೇವಲ ಅಕ್ಷರ ಲೋಕಕ್ಕೆ ಸೀಮಿತವಾಗದ ಇವರು, ಕಕ್ಕೇರಾ ಪುರಸಭೆಯ ಸದಸ್ಯರಾಗಿ ಸಾರ್ವಜನಿಕ ಸೇವೆಯಲ್ಲೂ ತೊಡಗಿಸಿಕೊಂಡು ಜನರ ಕಷ್ಟ ಸುಖಗಳಿಗೆ ಸ್ಪಂದಿಸಿದವರು. ರಾಜಕೀಯದ ಜವಾಬ್ದಾರಿ ಮತ್ತು ಸಾಹಿತ್ಯದ ಸೃಜನಶೀಲತೆಯನ್ನು ತಮ್ಮ ಬದುಕಿನ ಎರಡು ಕಣ್ಣುಗಳಂತೆ ಅಳವಡಿಸಿಕೊಂಡಿದ್ದಾರೆ. ಸಮಾಜದ ಅಂಕುಡೊಂಕುಗಳನ್ನು ಮತ್ತು ಮಾನವ ಸಂಬಂಧಗಳ ಸೂಕ್ಷ್ಮತೆಯನ್ನು ಇವರು ತಮ್ಮ ಲೇಖನಿಯ ಮೂಲಕ ಕಟ್ಟಿಕೊಡುತ್ತಾರೆ.ತಮ್ಮ ಕಾದಂಬರಿ 'ಬಾಂಧವ್ಯದ ಬೆಸುಗೆ' ಮೂಲಕ ಪ್ರೀತಿ, ನಂಬಿಕೆ ಮತ್ತು ಭಾವನಾತ್ಮಕ ಸತ್ಯಗಳನ್ನು ಓದುಗರ ಮುಂದೆ ತೆರೆದಿಟ್ಟಿದ್ದಾರೆ. ಸಾರ್ವಜನಿಕ ಸೇವೆ ಮತ್ತು ಸಾಹಿತ್ಯ ಕೃಷಿ ಎರಡನ್ನೂ ಸಮತೋಲನದಿಂದ

ಮುನ್ನಡೆಸುತ್ತಿರುವ ಶರಣಕುಮಾರ ಅವರು, ಭವಿಷ್ಯದಲ್ಲಿ ಇನ್ನೂ ಹೆಚ್ಚಿನ ಅರ್ಥಪೂರ್ಣ ಕೃತಿಗಳನ್ನು ನೀಡುವ ಹಂಬಲ ಹೊಂದಿದ್ದಾರೆ.ಸಂಪರ್ಕಿಸಿ:* ಸ್ಥಳ: ಕಕ್ಕೇರಾ ಪಟ್ಟಣ, ಸುರಪುರ ತಾಲ್ಲೂಕು.* ಇಮೇಲ್: sksolapur92@gmail.com

www.ingramcontent.com/pod-product-compliance
Lightning Source LLC
La Vergne TN
LVHW090336210926
848480LV00004B/1439
* 9 7 9 8 9 0 4 3 1 0 2 0 2 *